பிப்ரவரி 14

யாப்பு பப்ளிகேஷன்

ISBN: 978-93-55331-34-2

First Edition: 2021

Typesetting By A.Siva Prakash

Proof Reading by Renuga devi

Cover Design by Anitha Dinesh

இப்புவிதனில் வாழும் ஒரறிவு படைத்த ஜீவன்கள் முதல் ஆறறிவு படைத்த மனிதன் வரை அனைவரின் மனதையும் ஆட்சி செய்யும் ஒரே வார்த்தை "காதல்". காதல், அது அன்பின் பரிமாற்றம் ஆகும். இளமைப்பருவ காதல், முதுமை காதல், சொல்லா காதல், தோற்றுபோன காதல், ஒருதலை காதல் என அனைவரின் மனதையும்,காதல் ஏதோ ஒரு வகையில் ஆட்சி செய்து கொண்டுதான் இருக்கிறது. ஆதிகாலம் தொட்டு இக்காலம் வரை காதலை வெளிக்காட்ட மனிதன் பல்வேறு வழிகளை பயன்படுத்திருந்தாலும், எந்த ஒரு அறிவியல் வளர்ச்சியும் இல்லாக்காலத்தில் காகிதத்தின் வழியே காதலை அனுப்பி மகிழ்ந்த காலத்திற்கு மறுபடியும் நம்மை அழைத்து செல்லும் முயற்சியே நம் புத்தகமாகும். தற்போதைய காலகட்டத்தில் கைப்பேசிக்குள் அனைத்து உணர்வுகளையும் மூட்டைகட்டி வைக்காமல், காகிதத்தின் வழியே, மனக்கதவுகளை தாண்டி, இதயத்தின் ஓரத்தில் அழகாக அமர்ந்திருக்கும் காதலை பேனாமுனையில் நிறுத்தி, வார்த்தைகளை ஒன்றுதிரட்டி, படைக்கப்பட்ட இப்புத்தகம் பலரின் அன்பை பறைசாற்றும் ஒரு காதல் களஞ்சியமாகும்.

எழுத்தாளர்களின் பெயர்கள்

1. அபினேஷ்.க
2. ஆம்பு
3. கவிஞர் கோகுல் காளியப்பன்
4. கவிஞர்.இரா.குமுதினி
5. கவிஞர்.எம். மொய்தீன்
6. கௌசிகா
7. சத்யாதேவி. ச.
8. தாமோதரன்
9. துரைமுருகன்.சிப
10. நித்யா சந்திர குமார்
11. பழந்தமிழன் கு.கோவர்த்தனன்
12. பிரியதர்ஷிணி.ம.ர.
13. பிரியா மணி.ம
14. பூமிகா பன்னீர் செல்வம்
15. முத்துசாமி கணேஷ்ராஜா
16. ராஜ்குமார்.ரா.
17. ரூபிணி சோமசுந்தரம்
18. விஜயகுமார்.செ
19. Abirami.S
20. dAzzLEs sAndy
21. DHANUSHYA
22. Dhivya Dharshni. M
23. Ezhilla Gnanavel

24. Gayathri.E

25. Hari Dharani S

26. Harish Ramesh

27. ILAKKIYA R

28. Karthi.M

29. Karthick

30. Karthick.K

31. Kavinkumar T

32. KAVISUDAR G.THILAGAVATHI

33. KAVIYA SRI MOORTHY

34. Kaviyil_naan_shanu

35. Manjula. G

36. Murugan Radha

37. Rekha Swathi Sri K

38. Sathiskumar.K

39. Sathya Mandhiramani

40. SHAILO JOY.A.J

41. Srinivasan.p

42. THILAGAVATHI G

எனக்கானவள்

எதையும் எதிர்பார்க்காத என்னவள்

எதை எதிர்பார்த்து என் கரங்களை பிடித்தால்..

காரணமில்லாமல் தோன்றும் இந்தக் காதல்

எந்த காரணத்திற்காக எங்களுக்குள் வந்தது...

அஞ்சுகிறேன் , அவளின் ஆத்மார்த்தமான காதல்பிடியினில்

என் தாய் பாசத்தை மறந்து விடுவேனோ என்று...!

அவள் இல்லாத சிலநாட்களில் நிசப்தமான இரவு

பகல் என்பது எட்டாக்கனியே....

காலில் விழுந்து மன்றாடிய போதும்

அவளது காதல் நீதிமன்றத்தில்

எனக்கு விதிக்கப்படும் அந்த மௌனம் எனும் தண்டனை

தூக்கு தண்டனையை விட மிக கொடுமையான

வலியை ஏற்படுத்துகிறது..

சின்ன சின்ன சில்மிஷங்களும்,

எதிர்பார்க்காத முத்தங்களும்,

தொட்டுப் பார்க்கும் இடையின் அழகும்

அவ்வப்போது சமையல்அறையில் நடப்பது சகஜமே...!

துள்ளி வந்து தூக்கும் போதும்,

அள்ளி அவளை அணைக்கும் போதும்,

எதையும் எதிர்ப்பார்க்காத அவளின் முனங்கல்சத்தம்

இதுவரை கேட்காத பாடல் வரிகளே..!

என்னவளின் அன்பை எடுத்துரைக்க நினைத்தால்

இந்த கவிதை தொகுப்பு எங்களின் காதலை கண்டு

பொறாமைப்படும் என அஞ்சுகிறேன்...!

க.அபினேஷ் (8940330240)

சிவந்த ரோசா

காலமோ? கார்காலம்.. நேரமோ? அதிகாலை..

பயணமோ? பேருந்தின் ஜன்னல் ஓரம்...

போட்டிப்போட்டு ஓடும் மக்கள் கூட்டம்

கூடவே கருத்த மேகக் கூட்டங்களும்...

பளிச்செ்ன்று தோன்றிய முகமும்,

கூடவே சட்டென்று தோன்றிய மின்னலும்..

அவளை, ஒரு விழியோ பார் என்றது

மறு விழியோ மீண்டும் மீண்டும் பார் என்றது...

ராஜாவின் மெட்டுக்களோ, ஒருபுறம் சிதைக்க...

மனமோ? ஜாதி, மொழி,இனம் பணம்,குணம்

அனைத்தும் கடந்து அவளை நேசி என்றது...

பேருந்தோ? நின்றது...

அவளின் தரிசனமும் நின்றது...

பேருந்தும் சென்றது அவளும் சென்றாள்..

பின்புறம் தெரிந்தது அவளின் ஒத்த ரோசா

அதைவிட அழகானவள் எந்தன் சிவந்த ரோசா...

✍️✍️✍️ ஆம்பு

என் காதல்

கரைகள் இல்லாதது ஆம்

கற்பனைகளைத் தாண்டியது - என்னுள்

கனவுகளை தூண்டியது

ஏனென்றறியாமல் ஏதேதோ சொல்லி தூற்றியது - கணநேரம்
கடந்த பின்னே

கண்களாலே என்னைத் தழுவித் தேற்றியது!

இயற்கைக்கு மாறான உணர்வுகளை உள்ளத்தில் புகுத்தியது

உண்மையில்

இன்பத்தின் எல்லையயதை இதயத்திற்கு இதுவே உணர்த்தியது!

ஆம் என் காதல் அதுவே உணர்த்தியது!!!

கவிஞர் கோகுல் காளியப்பன்

சந்தனூர்மேடு.

நிலவின் மீதான காதல்

இரவு வானில் உலவி

இதயம் கனிய வளர்ந்து

சுழற்சி முறையில் தேய்ந்தாலும்

சுந்தரமாய் தோன்றும் பிறையே!

மாலையில் பூத்து

இரவில் தவழ்ந்து விடியலில்

விடைபெறும் மதியே!

அன்பாக அழகாக

மழலைகளே

கொஞ்சும் அம்புலியே!

உன்னை உவமையாக்கி

கவிபடைக்கும் கவிஞனின்

தோழனாய் நிற்கும் நிலவே!

வியப்பில் ஆழ்ந்த

விஞ்ஞானிக்கு

கால் பதியவைக்க

வாய்ப்பு தந்த ஆத்திரேயா!

சந்திரக்காந்த கல்லாய்

காத்திருக்கிறேன்

அமுதகிரணனே! என்

காதலை தெரிவிக்க!

கவிஞர்.இரா.குமுதினி

சென்னை

காதல் வானிலே

இதயம் வலித்தால் கண்ணீர் தானடி ,

இமை திறந்து பார் புரியும் தானடி .

காதல் வழி இதயத்தில் நீயடி ,

பதிவு செய்கிறது , உன் நினைவு தானடி .

நீ வரும் வரையில் கண்ணீர் தானடி ,

இதயத்தில் மோதுகிறது, இதுதான் காதலடி .

காதலுக்கு ஆயுசு கெட்டி அடி ,

காதலிப்பவர்களுக்கு ஆயுசு குறைவடி.

விடியும் வரை காத்திருந்து கனவும் இல்லையடி ,

உறக்கங்கள் எழுத்துக்களை தேடி அலைந்ததடி.

உறக்கமின்றி விழி தெரியாமல் போனதடி ,

அதுதான் காதலுக்கு கண்ணில்லையாம்மடி..!

திரும்பிப்பார்... என அழைத்தேன் கவிதை மூலமாக ,

பதிலுக்காக காத்து கிடக்கிறேன் நானடி.

காதல் வானிலே கவிதை உனை தேடுகிறேனடி...!

- கவிஞர்.எம். மொய்தீன்

எம் காதல்...!!

முகமெல்லாம் புன்னகை பூரிக்க...!

அவனருகில் நான் அமர்ந்து...!

கண்களிலே நீர் வழிய...!

நான் அவனைப் பார்க்க...!

அவன் எனைப் பார்க்க...!

சுற்றோரின் கண்களிலே நான் அழுவதாகவே பட்டது...!

அதன் விடை அவனொருவனே அறிவான்...!

அது அழுகையல்லவென...!

பல வருட ஏக்கங்களின், போராட்டங்களின்

முழுவிடையாய் அழுகையென என் கண்களிலே

அவன் கண்டது...!

எம் காதலை...!! ✦

- கௌசிகா

காதலுடன் இருப்போம்!

ஒவ்வொரு நாளும் வரம் தான்.. எனக்காகவே நீயும்...

உனக்காகவே நானும்...

இருப்பதை பார்க்கும் பொழுது

ஒவ்வொரு நாளும்

வரமாக தான் தோன்றுகிறது...

என் உயிரே! காலம் மாறினாலும்

நான் உன்மீது கொண்ட காதலும்,

நாம் வாழும் வாழ்க்கையும்,

என்றும் மாறாது...

நாம் நினைத்தது போலவே நாளும்

நாம் காதலுடன் இருப்போம்..!

- ச.சத்யாதேவி.

மொழியா காதல்

புரியாதொரு பயமூரிய நிலையாதென

அறியேன் கலையாதவுன் நினைவூரிய

கலைதானது காதலில் கரைவேன்

சுடுசுடுவென அனலெனை சுட்டிடட்டும்

தகதகவென தழலெனில் பற்றிடட்டும்

தடதடவென மேகங்கள் முட்டிடட்டும்

சடசடவென மழையினி கொட்டிடட்டும்

நான் நுழைந்திட்ட நரகத்தில்

நானே எனக்கு எமனாவேன்

பதி யாகிடும் பதினான்கினில்

நானோ காதல் நாமொழியேன்

எந்நேரமும் உனக்கென இருந்தவன்

உன்நேரம் எனக்கென கேட்டதும்

அந்நேரமும் எனக்கென்னவென இருந்தால்

முந்நேரமும் உனக்கென இருந்திவன்

இந்நேரம் கணக்கென முடித்திட

பின்னேரமும் உனக்கெனவா இறப்பேன்

கலகலவென காதல் சொட்டிடட்டும்

கடுகடுவென மோதல் முட்டிடட்டும்

சிடுசிடுவென ஏசி திட்டிடட்டும்

கிடுகிடுவென பேசி ஒட்டிடட்டும்

நாம் இணைந்திட்ட நட்பினில்

நாளும் காதல் நான்மறைப்பேன்

நாளை நாமென இணையா

இல்அது இல்லை என்றால்

காதல்நானும் நவில்ந்திடுவேன் நாடகங்கலைந்தால்

ஞாபகந்தாங்கொண்டு நானும் வாழ்ந்திடுவேன்

பிரியாதொரு லயமூரிய விளையாட்டென

புரிவேன் கரையாததுன் மனதினில்

காத(ன)ல் கனவானதென வுரையேன்!!!

- தாமோதரன்

பிப்ரவரி 14

உனக்கும் எனக்கும் இடையில் உருவாகும் முடிவில்லா உணர்வாக தோன்றும்!

காத்திருக்கும் கணமும் கவிதையாகும்!

கண்கள் திறந்தும் கனவுகள் காணும் உலகம் உருவாக்கும்! எண்ணங்களில் கடிதங்கள் எழுதி வைக்கும்!

மகிழ்ச்சியின் மலை உச்சியில் ஏற்றி வைக்கும்! நம்மிடையே இருக்கும் தொலைவை தொலைந்து போக வைக்கும்!அன்பின் அடுத்த நிலையில் மனங்களை மாற்றும்!

இதயத்துடிப்புகள் உனக்கு மட்டுமே புரியும் மொழியாகும்!

இவை அனைத்தும் நிகழும் காதல் என்னும் கள்வனால்! ...

இப்படிக்கு...

சிப.துரைமுருகன்...

என் மனம் காணும் காதல்

பத்து திங்கள் சுமந்திடும் காலம் முதல்

குச்சி ஊன்றி நடக்கும் காலம் வரை

அழியாத காதலை கண்டேன் தாயிடம்...

வாழ்நாள் முழுவதும் தன் இதயத்தில் சுமக்கும்,

சுயநலமில்லா காதலைக் கண்டேன் தந்தையிடம்...

பல்வேறு நாட்டின் எல்லைகளைத் தாண்டி ,

பறந்திடும் பறவைகளின் திசைகளில் கண்டேன்

சுதந்திர காதலை...

இவ்வுலகமும் அதன் படைப்புகளும் இறைவன்

நம் மீது வைத்த முழுமையான

அன்பு எனும் காதலை பறைசாற்றுகிறது.

அதனால் தான் என்னவோ என் மனம் காண்கிறது

காதலை ஒவ்வொரு அணுவின் அசைவிலும்...

இயந்திரத்தின் செயலியில் இயந்திரமாய் வாழாமல்,

வருடத்தின் ஓர் நாளை போற்றாமல்

வாழ்நாள் முழுவதும் போற்றி வாழ்த்திடுவோம் காதலுடன்...!

- நித்யா சந்திர குமார்

என்ன செய்வேன்

என்னவளே...!

காதல் நீதிமன்றத்தில் எனக்கும்

கிடைக்கும் நீதி , அந்த

நீதிதேவதையின் தராசுகளில்

என்றும் உன் பக்கம் மட்டும்

சாய்வதேனோ..! ஒரு பூவின் தேனை

மொய்க்கும் வண்டுகள் போல்

என் மனமும் உன்னை மட்டும்

மொய்கின்றதேனோ..!

உன்னால் புலம்பல்கள் தொடர்கதையானது

நான், என்ன செய்வேன் அன்பே..?

பழந்தமிழன் கு.கோவர்த்தனன்

பிப்ரவரி 14

*நிலைமொழியோடு ஈற்றுமொழி

புணரும் விதியாய் எனக்குள்

காதல் கொண்டு புணரிய

இயற்றமிழ் அவள்….

*பன்னாட்டு இசைக்கு மேற்கத்திய

வாத்தியமாய் எனக்குள் வேரூன்றி

நிலைத்த இசைத்தமிழ் அவள்

*தலைவியை சந்திக்க தலைவன்

கூத்தாடும் நாடகத்தமிழாய்

நாடோடியாய் ஓடி ஓடி

நாடுகிறேன் அவளை….

*மூத்தமொழியாயினும்

என்றும் இளமை வாய்ந்த

மொழியாய் என்னுள் தித்திக்கும்

பசுமை தமிழ் (பைந்தமிழ்)அவள்.....

*தாயாய் இலக்கியங்களை

பேணிக்கும் தமிழாய் என்னை

தாங்கும் தாய் தமிழ் அவள்.....

*எக்காலத்திலும் அழியா மொழியாய்

எனக்குள் இளமையாய் ஊடுருவும்

கன்னி தமிழ் அவள்....

*தாகமும் தண்ணீரும் போல

இலக்கணமும் இலக்கியமும் போல

காதல் தமிழாய் அவளும்-நானும்

செந்தமிழாய் வாழ்வோம்....

- ம.ர.பிரியதர்ஷிணி

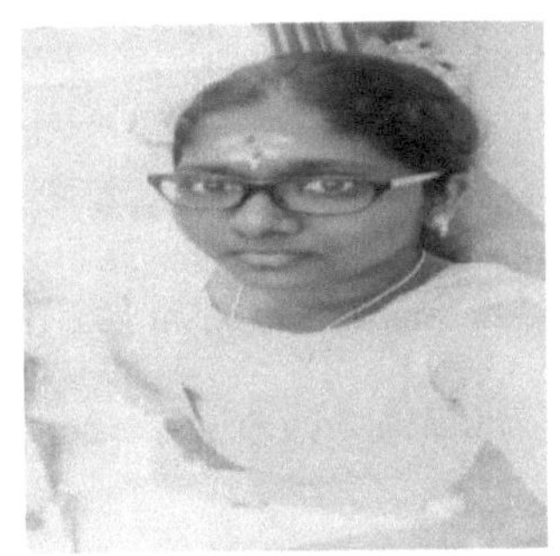

தீராக் காதல்

முதல் முறை பார்த்ததும்

பரிமாறிய மனங்கள்.

முகவரி அறியவில்லை முழுவதுமாய்

இடம் மாறியது இரு இதயங்கள்.

எதிர் எதிராக முகம் பார்த்து

நடந்து பேசத் தூண்டிய இதழ்கள்

இருந்தும்,மௌனத்தில் பரிதவித்த நொடிகள்...!

பெயர் கேட்டு ஆரம்பித்த பேச்சு,

கைகோர்த்து கனவுகள் கதைத்து,

காலம் நகரநகர மணமாலை மாற்றி,

அவள் பெயரின் பின்னால்

அவன் பெயர் சேர்ந்து , இன்று

வனப்பிழந்து,பலமிழந்து,

நாடி தளர்ந்து,தோல் சுருங்கி,

நரை விழுந்தும் அவன் கைகோர்த்து நடக்கிறாள்

அவள் கொண்ட தீராக் காதலோடு...

-ம.பிரியா மணி

நானும் என் வார்த்தைகளும்

வாளைச் செப்பனிடும் போது சிதறும் ஒளிக் கதிர்களைப் போல்..

உன்னைக் கண்ட போதெல்லாம் ஏனோ...

என் மனதின் வார்த்தைகள்

கனத்திலிருந்து சிதறும் சிதரைப் போல்

சிதறுகின்றன...

அச்சிதறிய வார்த்தைகளைப் பொன்மாலைப் போல்

தொடுத்து ....

இறைவனடி சேரும்

இருள்நாறியைப் போல்

உன்னிடம் சேர்ப்பதற்குள் என் ஆயுட்காலம் முடிந்து விடும் போலும்....

- பூமிகா பன்னீர் செல்வம்

நாட்களிலடங்கா காதல்

பன்னிரெண்டு மாதத்திற்கொருமுறை பூக்கும்

குறிஞ்சியந்த நாள்.

ஓர் மலரும்,நிலவும்,பரவிடும் அவள் நினைவும் ,

தினம் எந்தன் வானில் வந்து உலவும்.

இலையிலும் மலரிலுமுண்டோ காதல்,

இழப்பதற்கு இல்லையேல் வாழ்க்கையே காதல்.

விழும் பனியுடன் மோதிய நுனியே காதல்,

அந்த நுனியின் ஓரத்தில் குவியுமந்த காதல்.

அடர் நெருப்பினில் விழுந்து தகித்திடும்பொழுது ,

அவள் கரம் பற்றிய அந்த நாளே இனிது.

உவர்ப்பால் நெளியும் புழுவிலும் காதல் ,

உனை இழந்தாலும் உன்னோடு வாழுமென் காதல்.

அதுவிலும்,இதுவிலும்,உதுவிலும் காதல்.

எதிலுமில்லையேல் அதுவல்லவே காதல்.

அனைத்திலும் காதல் வாழ்ந்திடும்பொழுது ,

காதலை உணர்த்தும் அந்த நாளில் இல்லை தீது...

                              - முத்துசாமி கணேஷ்ராஜா

காதல்

என் பிரியமானவளே ....!

உன்னை கண்டதும் என்னை பற்றிக் கொண்டான்,
நயவஞ்சகன் ...!

என் மீது விடப்பட்ட அம்பு,

என்னை கொல்வதற்கு அல்ல,

உன் உயிர் கலந்திடவே எனப் பாடம் புகட்டினான் ...!

உயிர் கொண்ட இனப்பிணம், மோட்சமடைந்தது உன்

வரவால் ...!

கருவிழிப் பார்வையில் கைது செய்யப்பட்டேன் ....!

ஆர்ப்பரிக்கும் இன்பத்தில் இதயம் தொலைத்தேன் ...!

பார்வையின் மொழியில் பல காவியம் கண்டேன் ...!

கொடி இடைநலினத்தில், கோடி தேவதையை கண்டேன் ....!

சிறைப்பட்ட நெஞ்சமும் சிறகடிக்க கண்டேன் ...!

உருக்குலைந்த உள்ளத்தை அள்ளி கொடுத்தேன் ...!

உன் ஜனனம் நித்தம் ஒரு கவிதை ஆனது,

புதுப் புன்னகையில் என்னை கவிஞன் ஆக்கியது ...!

கீழ்வானம் சிவந்தாலும், கீந்தை மலர் பூத்தாலும்,
உனைப்போல இருக்காது அழகே ...!

ஆயிரம் காதல் இருந்தாலும், என் முதல் காதல் நீயடி...!

ஆயிரம் ஓவியம் இருந்தாலும், என் முதல் ஓவியம் நீயடி ...

ஆயிரம் மலர் இருந்தாலும், என் வாசமலர் நீயடி ....!

ஆயிரம் உறவுகள் என்னை கடந்து சென்றாலும், என்
உணர்வுகளை தொடர்ந்து செல்லும் ஒரே உறவு நீயடி ...!

உன் நினைவலைகளிலேயே மாண்டு போக ஆசை, ஆனால்
நெஞ்சில் நீங்கா சிற்பமாய் உன்னை வடித்து விட்டேனடி...!

வஞ்சியே வராக நதியே,இதய வாசலில் இடம் கொடு ....!

பாவையே பஞ்சவமாதேவி உறங்கிய உள்ளத்தை
உயிரூட்டு...!

மீளா காதலும் மீளும் உன் வார்த்தையால் ....!

வாழா காதலும் வாழும் உன்

புன்னகையால் ...!

நீளா பயணமும் நீளும் உன் சம்மதத்தால் ...!

சுமையும் சுகமானது...!

இவ்வலியும் வசமானது ...!

என் இதயத்தில்.

வலியின் தோழன்

♥ரா. ராஜ்குமார் ♥

காத்திருக்கிறேன்

அன்பாய் மயங்கிட...,

ஆசைகொண்டு பார்த்திட,

ஆனந்தமாய் களித்திட,

அரவணைப்பில் நெகிழ்ந்திட...,

இன்னொரு அன்னையாகிட,

இனிமையை உணர்ந்திட...,

ஈன்றவர்களினும் அன்பாகிவிட்ட

உன்அன்பில் நெகிழ்ந்திட...,

உன்காதலை ஈன்றிட,

மறுபிறவி அறிந்திட...,

ஊமையாய் நின்கண்களிட்ட

கட்டளைகளை முடித்திட..,

எதிலும் நீயாகிட,

நீ எனதாகிட..,

ஏகாந்தமாய் மார்சாய்ந்திட,

என்னை நீ தாங்கிட..,

ஐயமில்லா காதலாகிட,

ஆசையே நீயாகிட..,

ஒவ்வொன்றும் நிஜமாகிட,

அணுவெங்கும் காதலாகிட..,

ஓசையற்ற கனவாகிவிட்ட,

நின் காதலில் கரைந்திட..,

காத்திருக்கிறேன் நீ கணவனாகிட

நான் உன்னுள் ஒரணுவாகிட..!

- ரூபிணி சோமசுந்தரம்

காதல்

காதலில் முத்தங்கள் பொக்கிஷம் ஆகிடும்

ரோஜாக்கள் வாங்கிட பூக்கடைஅக்கா தெய்வமாவார்

அரிச்சந்திரனையும் வீட்டில் பொய்சொல்லிட வைக்கும்

தினமும் கனவுகள் தோன்றும் ஆணின் பெண்மையை

உணர வைக்கும் இரவுகளில் ஆந்தையின் நட்பு வளர்க்கும்...

காதல் தொடக்கப்புள்ளி தெரியாத முன்னுரையாக இருக்கலாம்

ஆனால் அன்பும் அரவணைப்புமே முடிவுரையாக இருக்க

வேண்டும்... காதல் ஒரு நதி அந்த நதியில் சென்று

கல்யாணம் என்ற கடலில் கலப்பது அவனவன் பொறுப்பு...

கடமையாக நினைப்பவனுக்கு ஒருநாள் மட்டுமே காதலர் தினம்

காதலுடன் இருப்பவனுக்கு ஒவ்வொரு நாளும் காதலர் தினம்...

- செ.விஜயகுமார்

காதல்

அலை அலையாக பறக்கும்,

உன் தலைமுடியை ரசிக்கவா;

பார்த்தாலே முத்தமிட தோன்றும்,

உன் நெற்றியை ரசிக்கவா;

வானவிலாய் வளைந்து இருக்கும்,

உன் புருவத்தை ரசிக்கவா;

காந்தமாய் கவர்ந்து இழுக்கும்,

உன் கருவிழியை ரசிக்கவா;

தீராமல் ருசிக்க வைக்கும்,

உன் ஈரிதழை ரசிக்கவா;

கண் இமைக்காமல் பார்க்க வைக்கும்,

உன் மச்சத்தை ரசிக்கவா ;

உலகம் மறந்து சாய்ந்து இருக்கும்,

உன் மார்பை ரசிக்கவா ;

அன்பாய் அரவணைத்து கொள்ளும்,

உன் கைகளை ரசிக்கவா ;

ஆசையாய் ஏறி நின்றால் தாங்கும்,

உன் கால்களை ரசிக்கவா ;

அளவில்லா அன்பை பொழியும் ,

உன் காதலை ரசிக்கவா ;

என்றும் என்னை நேசிக்க வைக்கும் ,

உன்னை ரசித்து ஒரு கவிதை ! ...

உனக்காக.....

-அபி♥

என் உயிரே...

சொல்ல மாட்டேன் நீ என்

காதல் என்று...

பேச மாட்டேன் நீ என்

பாதி என்று...

கூற மாட்டேன் நான் உன்

பெயரை என்றும்...

பார்க்க மாட்டேன் நான் உன்

கண்களை என்றும்...

கோர்க்க மாட்டேன் நான் உன்

கைகளை என்றும்...

மிதிக்க மாட்டேன் நான் உன்

பாத சுவடுகளை என்றும்...

சாய மாட்டேன் நான் உன்

தோள் மீது என்றும்...

கேட்க மாட்டேன் நான் உன்

வார்த்தைகளை என்றும்...

விட மாட்டேன் நான் உனக்காக

கண்ணீர் என்றும்...

பட மாட்டேன் நான் உன்

பார்வையில் என்றும்...

ஆனால் என்றும் கலந்திருப்பேன்

உன் உயிரில் என் உயிரை என்றும்...

உன் உயிர் பிரிந்தால் வாழமாட்டேன்

காற்றில் கலந்து விடுவேன் என் உயிரை...

- dAzzLEs sAndy

இனி உனக்காக

தோழிக்கு தோழியாகவும் சகோதரிக்கு சகோதரியாகவும்

என் மன நோயையும் , உடல் நோயையும் தீர்த்து

என் பசியை அறிந்து பால் முதல்

உணவு வரை அனைத்தையும் தனக்கில்லாமல்

எனக்கு மட்டும் ஊட்டி என் மௌனத்தில் அடங்கிய

வார்த்தையும் புரிந்து என் கண்ணீரையும் துடைத்து ,எனக்காக

தன் துன்பத்தையும் எண்ணாமல்

என் புன்னகையில் மகிழ்ந்த

என் தாயை பிரிந்து இனி என் வாழ்வை

உனக்காக வாழ வருகிறேன்

ஏற்றுக்கொள்வாய...? ஏற்றுக்கொண்டால் ,

நமக்கு என்றென்றும் பிப்ரவரி 14 தான்!!!

- DHANUSHYA

காதல் ஏழை!

கனவில் இருந்து விழித்தெழுந்தது போல,

விழுந்த இடம் மறந்து, விரும்பிய நொடி மறந்து,

முற்றிலும் துறந்து முட்டாளாய் மாறியது ஏன் என்று?

காரணம் இன்றி கானகம் சென்றது ஏன் என்று?

விடியல் வினவியபோது!!! மனமோ பதிலளித்தது!!!

நித்தமும் நித்திரையில் நிழலாடுவும் அவன்

நினைவுகளே காரணம் என்று!!!

இறக்குமதி இல்லா சுமை!!!

நிர்பந்தத்தின் வெகுமதி!!!

காதல் தோல்வி என்ற பெயரில்....

வலியின் வேதனை வறுமையின் வேதியியல்!!!

- Dhivya Dharshni. M

எத்தனையோ

எத்தனையோ மழையில் நனைந்த பின்பும் அழியாமல்

நீ தந்த முத்தங்கள்........

எத்தனையோ நாட்கள் கடந்த

பின்னும் நகராமல்

உன்னை சந்தித்த நொடிகள்

எத்தனையோ மொழிகள் கற்ற பின்னும் நிகராகாது

நீ பேசிய மௌனங்கள்

இன்னும் எத்தனை எத்தனை

மனிதர்கள் சந்திப்பிலும் கிடைக்காது

நீ தந்த காதல்.........

- Ezhilla Gnanavel

காதலின் கீதை

என் உயிரே... முப்பொழுதும் உன் கற்பனையில் வாழ்கிறேன்..!

தேய்பிறை என்பதையே அறியாத ,

உன் அழகைக் கண்டு தினமும் வியக்கத்தான் செய்கிறேன்..!

என்னுள் புதைந்த உன் நினைவுகள்,

நான் செல்லும் இடமெல்லாம்

தொடர்ந்து வருவதேனோ..! உன் காதல், உன் கோபம்,

உன் சிரிப்பு, உன் அழுகை அனைத்திலும் உன்னை

ரசித்தேன்..! ரசிப்பேன்..! என் இதயத்தின் துடிப்பை

உன் கண்களில் காண்கிறேன்..!

என்னுள் கலந்த என் அன்பே !

நான் வாழ நீ வேண்டும்

- E. Gayathri

காதலர்கள் தினம்

அன்றாடம் மலரும் சிவப்பு ரோஜாக்கள்

இன்றைக்கு வெட்கிச் சிவந்திருப்பதேனோ?

தினமும் மதுரமாய் பாடும் குயிலினம்

இந்நாளில் மோகனமாய் கூவுவதேனோ?

எப்போதும் கரையைத் தொடும் கடலலைகள்

இப்போது ஆரவாரமாய் முத்தமிட்டுப் போவதேனோ?

ஒருபோதும் பிறழாமல் இருக்கும் வானிலை

முப்பொழுதும் மேகம்சூழ குளிர்விப்பதேனோ?

அந்திமாலைச் சிவப்பும்கூட இன்றைக்குக்

கூடித் தெரிவதென்ன விந்தையோ?

அட! இதென்ன அதிசயம்? தைமாதம்

சிறு தூரல் பூமி நனைத்துச் சிரிக்கிறதே?!

புவியின் இந்நிகழ்வுகள் இன்றைக்கு காதலரின்

தினமென தங்கள் வழக்கத்தில் முரசறைகிறதோ?!

- ஹரிதாரணி ரமேஷ்குமார்

சாதிமத இனம் கடந்து...

முட்டாள்கள் தினமெனச் சொல்லிப் பலரை

முட்டாளாக்கி விளையாடும் நாமெல்லாம்

காதலர் தினமெனச் சொல்லிப் பலரது

காதலை ஏற்றுக் கொண்டாலென்ன?

மனிதனின் நேயம் சாதிமத இனத்தைக்

கடந்து சகமனிதரை நேசிப்பதெனில்,

தனது வாழ்க்கைத் துணையாய் சகமனிதரை

சாதிமத பேதமின்றி நேசிப்பது குற்றமா?

மனிதம் மறைந்து மதம் பிடித்தாட்டும்

மக்களுக்கு மனிதராய் நாம் தெரிவதெப்போது?

உலகில் இன்பமானது இயற்கையோடு இயைந்த

மனிதனின் வாழ்வுதான் என்றால்,

சாதிமத இனத்தினை இறுகக்கட்டியபடி

உயிர்நீத்து பலர் நரகத்தில் உழல்வதேனோ?

காக்கையினம், மானினம், மயிலினம் என்பதுபோல

நாமெல்லாம் மனித இனமாய் மட்டும் வாழ்வோமே!.

- ஹரிதாரணி ரமேஷ்குமார்

அன்பின் தேடல்

அதிகாலைப் பொழுதில்

அன்பை தேடிச் சென்ற ஒருநாள்

வழியில் உள்ள ஒரு மரத்திடம் அன்பைக் கேட்டேன்,

அது தனது கிளைகளுக்கும், பூக்களுக்கும் தந்து விட்டேன்

என்று சொன்னது. அம்மரத்தின் மேல் அமர்ந்து

கொண்டிருந்த காக்கையிடம் அன்பைக் கேட்டேன்

அது தனது குஞ்சுகளுக்குத் தந்து விட்டேன் என்று சொன்னது

பிறகு மீண்டும் என் தேடலை தொடர்ந்தேன்

தேடிக் கிடைக்காத அன்பு

ஒரு நாள் என் தேடலுக்குக் கிடைக்கும் என்று !....❣

- Harish Ramesh

காத்திருக்கும் கண்கள்

கண் இமைக்காமல் பார்த்த

அந்த சில வினாடிகளில் மலர்ந்ததோ?

கண்களுக்கு தெரியவில்லை

இமைக்க வேண்டுமென்று!

எண்ணத்தில் ஆயிரம் இருக்க

பேசத் தடுமாறிய வார்த்தைகளில்

உயிர்ப்புடன் இருக்கும் உருவில்லா உணர்வு

சொல்லத் துடிக்கும் உதடுகள்!

ஐம்புலன் உணர்வோடு உன்னைத் தேடும்

என் கண்களை, நீ தெரிந்து கொண்டாயா? இல்லை

தெரிந்தும் பாவனை செய்கிறாயா? உனக்குள் நான்

நிறையும் நாளுக்காய் காத்திருக்கிறேன் காதலுடன்!

- ILAKKIYA R

காதல்

"காதல் வாழ்வின் அர்த்தம்

வாழ்வில் வரும் தொடர்

மகிழ்யுத்தம்!!!

காதல் விழியில் தொடங்கும்

அன்பின் பரிமாற்றம்!!

மௌனம் மௌனமாய்

பேசும்மொழி காதல்!!

புதுகவிஞன் பிறக்கும் கருவறை

காதல்!!

கண்கள் எழுதும் கவிதை

காதல்!!

பூவின் வாசம் காற்றின்

சுவாசம் காதல்!!

பூவின் முகவரிதேடும்

வண்டின் தேடல் காதல்!!

அலைகள் பேசும் கரையின்

மௌனம் காதல்!!

மழையின் வருகை மண்ணின்

காதல்!!

கடலின் நீலம் வானின்

காதல்!!

நீரின் தாகம் வேரின்

காதல்!!

-ராகா

எல்லாம் உன்னிடத்தில்

எல்லாம் உன்னிடத்தில்

கருப்பு நிற அருவியை

கூந்தலில் கொண்டவளே

அரைப்பிறையை

நெற்றியில் கொண்டவளே

காவியங்களை

கண்களில் கொண்டவளே

திங்களை

மேனியில் கொண்டவளே வெண்முத்துகளை

அழகாய் கொண்டவளே ஆசை என்னும் நூலில்

பாசப்பூக்களை கொய்தவளே நந்தவனத்தில் வீசும்

தென்றலையும் கண்டேன் எல்லாம் உன்னிடத்தில்

- Karthick

உன் நினைவுகள்

உன் மேனியை மனம் அடங்கிய

புஷ்பங்கள் என்று நினைத்தேன் - நீயோ புஷ்பதோட்டம்

என்பதை மறந்து உன் நினைவுகளை

தாடக தாமரை என்று நினைத்தேன்-நினைவோ

தாமரை நிறைந்த அழகிய குளம் என்பதை மறந்து

உன் பாதச்சுவடுகளை ஓவியம் என்று எண்ணினேன் –

நீயோ சிற்போவியம் என்பதை மறந்து

உன் நெற்றியை திங்களோ என்று நினைத்தேன் –

நீயோ முழுமதி என்பதை மறந்து

இனி என்னிடம் மறப்பதற்கும் ஒன்றுமில்லை

மணப்பதற்க்கும் ஒன்றுமில்லை -

இனி இருப்பது உன் நினைவுகள் மட்டுமே

-Karthick.K

Love

அன்பே என்று உன்னை பார்த்தேனோ

அன்று இருந்தே

என் உறக்கத்தில் நான் தோற்றேன்

இரவெங்கும் கொட்டும் பனிமழை

மனமெங்கும் உந்தன் நினைவலை

உன்னை நினைத்து கொண்டே இருக்கும் இதயமே

இது உன்னை பிரிந்து வாழும்

மனமா இது

- kaviñraj..

காதல் பரவசம்

ஒரு மேகமாய் உன் நினைவு நனைக்க

மறு மேகமாய் உன் வார்த்தை துவட்ட

ஒரு துளியாய் இதயத்தில் நீ வீழ

கடலலையாய் காதல் பொங்கி எழ

மலைதொட்டு அடிக்கும் சாரலாய்

மடி தொட்டு நனைக்கும் தூறலாய்

பனி கொட்டும் மார்கழி விடியலாய்

என் மனம் கொள்ளும் அன்பு காதலாய்

என் கனவில் வந்து போகும் உன் நினைவு

உனக்குள்ளே எனை தொலைக்கும் ஆசை காவு

மனமும் மனமும் இணைந்ததில் இன்பம்

மெய்யும் மெய்யும் இணைவதில் ஏக்கம்

உன்னுள் தொலையும் அந்த நொடிக்கான

காத்திருப்பில் கடக்கிறது விநாடியும் யுகமாய்

காதல் பரவசம் மனதில் அவசரம்!

கவிச்சுடர் கு.திலகவதி பட்டதாரி ஆசிரியர்

அ.பெ.மே.நி.பள்ளி.கோவை

காதல் என்னும் காவியம்

நினைவுகள் பலவாயினும்,

நினைக்கும் நபர் ஒருவரே...

சிந்தனைகள் பல திசையில் சென்றாலும்,

அதற்கு பின் உள்ள காரணம் ஒன்றே...

உன் நினைவுக்கடலில் மிதக்கின்றேன்,

உன்னைச் சேரவே தவிக்கின்றேன்...

உன் நினைவுகள் தான் எப்பொழுதும்,

உன்னுடன் வாழும் கற்பனைகள் தான் முப்பொழுதும்.....!

சேர்ந்தாலும் சேராமல் போனாலும் சரி...

நாம் காவியத் தலைவர்கள் தான்,

"காதல்"எனும் "காவியத்தில்!!!!".

- KAVIYA SRI MOORTHY

அகரவரிசையில் காதல்

அ- ழகான உறவு...

ஆ- ழமான உணர்வு..!

இ- சைகள் இசைக்க...

ஈ - கூட அழகாக தோன்றுமே...!

உ- லகம் தூற்றியும்....,

ஊ- ரறிய வெல்லுமே உண்மையானால் ...!

எ- வருக்கும் வருமே...

ஏ- காந்தத்திலும் சிரிக்க வைக்குமே..!

ஐ- ம்புலனும் புலனற்று போக

ஒ- ருவனு(ளு)க்கு வருமாம்...

ஓ- ராயிரம் சொர்ப்பணம்..

அ ஃ- தே தோன்றிய காதலில்...!

- Kaviyil_naan_shanu

என்றென்றும் அவன்

என் இரு விழிகளை

ஒரே நேரத்தில் சிறைப்பிடித்தாய்

எப்படி என்று உனக்கும் தெரியவில்லை

எனக்கும் புரியவில்லை

கண்களிலே காதல் அலைகள்

என் நெஞ்சிலே உன் கால் தடங்கள்

பல ஜென்மங்கள் கடந்து வந்தேன்

உன் கண் ஈர்த்தது போல

என்னை எந்த கண்களும் ஈர்க்கவில்லை

இன்னும் எத்தனை யுகங்கள் கடந்தாலும்

உன் காதல் என் இதயத்திலே இருக்கும்!!!

- Manjula. G

கனவிலும் அவன்

உன் கரங்களை பிடித்து கரை தாண்டினேன்

உன் கண்ணீரை துடைத்து கன்னத்தில் முத்தமிட்டேன்

என் சூரியன் உதித்தது எல்லாம் கனவில் மட்டும் தான்

என்று விழித்துக் கொண்டேன்

கனவிலாவது உன்னோடு வாழ வேண்டும் என்று

உன் நெஞ்சில் சாய்ந்து கொள்ள வந்தேன்

நெருப்பு என்று தள்ளி சென்றார்;

விரல்களை கோர்த்துக் கொள்ள வந்தேன்

விலகி சென்றாய்; நிஜத்தில் தள்ளி சென்றாய்

தாங்கி கொண்டேன் ஆனால் கனவில் கூட ஏனடா

என்னை கொள்கிறாய்!!!

- Manjula. G

விழா

உண்மைக்காதல், உலகம் தோன்றிய காலம் முதல்

உலகம் முடியும் காலம் வரை உயிர் வாழும் காதலியே !

உன்னை நான் காதலிக்க தொடங்கிய கணம் முதல்

நம் காதலுக்கு, காதலர் தினமே! நேற்றும் இன்றும் என்றும்

சாகாவரம் பெற்றிருக்கும் , நம் காதல்.

அதனை,ஓர் நாளில் கொண்டாடி விட முடியுமோ..?

என் உயிரே..! உன்னைப் பார்த்த முதல் வினாடியில்

தொடங்கியது , நம் காதல் பிறந்த நாள்..!

நம் கனிவான காதலுக்கு என்றுமே

விழாதான் , என் இனியவளே...!

- முருகன் ராதா

Naanum avalum

கார்மேகக் கூட்டம் ....

பட்டுப்பூச்சியின் வர்ண ஜாலம் ....

கருங்குயிலின் சத்தம் இசையுமாகும்....

அங்கும் இங்குமாய் கதிர் ஒளியும் ...

பார்த்துச் சிரிக்கும் ...

மலர் தூவி வரவேற்ற பூமரம் ...

போர்வை ஆகும் தாவரக்கூட்டம் ..

கன்னம் பட்ட மழை துளியை ...

முத்தமெனயென்னிய மனம் ...

கூக்குரலிட்டாலும் யாரும் இல்லை ...

கர்ஜிக்கும் காட்டிற்குள் நானும் அவளும் ...

ஆம் !!!

அவளைக் கண்ட அந்த நொடியில்...

எதிலும் அன்பை கண்டேனே...

யாவும் மாறிப் போனதே ...

அழகாய் ஆனதே ...

- Rekha Swathi Sri K

மனிதத்தின் முழுமை காதேலே

தினம் தினம் காதல் கொண்டாலும் , நம்மில்

ஒருமுறையேனும் வரும் இந்த ஊடல்-அழகு...!

உன் அணைப்பின் கதகதப்பில் உறைந்த,

என் பிம்பங்கள் உயிர்ப் பெற்றன, உனது

கடைக்கண் பார்வை பட்ட தருணம்...!

உலகின் அனைத்தும் எனக்கென படைக்கப்பட்டாலும்,

எதுவுமில்லாத வெறுமை நிலவும்

என்னருகில் , நீ இல்லாத போது...!

மீண்டும் பிறந்தேன் , உன்னால்...!

மனிதம் பெற்றேன், உன் அன்பால்...!

முழுமையடைந்தேன், என்னுள்ளிருக்கும் நம் காதலால்..!

- K.Sathiskumar

அன்பான என் இதயமே!

நீ எங்கே இருக்கிறாய்...?

என் கண்கள் இரண்டும் உன்னை மட்டுமே,

தேடி அலைப்பாய்ந்து கொண்டிருக்கின்றன.

ஆனால் நீயோ! என்னை சற்றும் நினைக்காமல்

அலட்சியம் செய்து கொண்டே இருக்கின்றாய்...!

நீ என்னை விட்டு மிக தொலைவிலிருந்தாலும்

உன் நினைவுகள் என்றும் ,என்னை

தொல்லை செய்து கொண்டேயிருக்கின்றன.

வாழ்க்கை என்னும் அன்பான கூட்டில் வாழ

நீ எப்போது என்னை வந்து சேர்வாய்...?

என் கரம்பற்றி என் வாழ்வில்

எப்போது இரண்டாவது தந்தையாய் நீ மாறுவாய்...?

சரிவர உண்ணாமல், உடல் மெலிந்து ,

உறங்காமல் விழிஇமைகள் கெஞ்சி அழும்

நிலையிலும் உன் நினைவுகளுடன் காத்திருக்கும் நான்...!

- Sathya Mandhiramani

உண்மை காதலுக்கு என்றும் காதல் தினமே

காதல் எனும் கைக்குழந்தை,

கைகள் பிடித்து தவழ!

காமம் அது இருவிழியில்,

ஆசை தேகமெங்கும் எழ!

எத்தனை முறை முகம் பார்த்தும்,

நித்தமும் புதிதாய் தோன்ற!

நீ என்னில் சரிபாதி!

காதல் நெஞ்சம் அலைமோதி!

கண்டேன் உன்னில் எனை பாதி!

என்றும் உந்தன் விழிதேடி,

வந்தேன் நானும் தினம்ஓடி!

காதலை கைகளில் தந்தேன்;

கவிதையாய் மீண்டும் பிறந்தேன்;

உன்னுயிரில் நான் பாதி!

அது போதும் வாழ்க்கை மீதி!

உண்மை காதலுக்கு,

காதலர் தினமே தேவையில்லை!

என்றும் வாழும் காதலிது;

எல்லையின்றி வாழுமது;

கண்களிலே கவி பாடும் அது;

காலமெல்லலாம் பேசுமது;

உயிரில் கரையும் உண்மையது;

உணர்வால் இணையும் உருவமது;

உண்மை காதல் என்றும் வாழ்க!

உண்மையோடு அது திகழ்க!

தினமும் காதல் நெஞ்சம் தேடி

நிதமும் காதலில் தஞ்சம் கூடி

என்றும் காதலர் தினம் கவி பாடட்டுமே!

-Shailo Joy .A.J

September love

ஆஹா! அதிசயங்களும் எளிமையாகியது ,

உன் கண்களைப் பார்த்தாலே போதும்...!

இமாலய பனிக்கட்டிகள் கூட உருகும்

உன் கண்களைப் பார்ப்பதன் மூலம்...!

கண்மணி ! என் காதல் கடல் பகுதியையும்

தாண்டி செல்கிறது உன்னால்...!

அன்பே !காதல் எனும் ஒரு வார்த்தை மட்டும்

போதாது, உன்னை நான் வர்ணிக்க...!

உன்மேல் நான் கொண்ட அன்பின் ஆர்வம் ,

வானத்தின் உயரத்தையையே எட்டும்..!

வரம்பற்ற நேரம் கூட வரம்பாகிறது நம்மில்...!

பொண்மணி !

உன்னுடன் இருப்பது

நெருப்பில் உள்ள நீர் போன்றது...!

என் வயது கூட நிறுத்தப்படும்,

என் அன்பே நீ காதல் செய்ய துணிந்தாள்..!

- Srinivasan.p

காதல் பரவசம்

ஒரு மேகமாய் உன் நினைவு நனைக்க

மறு மேகமாய் உன் வார்த்தை துவட்ட

ஒரு துளியாய் இதயத்தில் நீ வீழ

கடலலையாய் காதல் பொங்கி எழ

மலைதொட்டு அடிக்கும் சாரலாய்

மடி தொட்டு நனைக்கும் தூறலாய்

பனி கொட்டும் மார்கழி விடியலாய்

என் மனம் கொள்ளும் அன்பு காதலாய்

என் கனவில் வந்து போகும் உன் நினைவு

உனக்குள்ளே எனை தொலைக்கும் ஆசை காவு

மனமும் மனமும் இணைந்ததில் இன்பம்

மெய்யும் மெய்யும் இணைவதில் ஏக்கம்

உன்னுள் தொலையும் அந்த நொடிக்கான

காத்திருப்பில் கடக்கிறது விநாடியும் யுகமாய்

காதல் பரவசம் மனதில் அவசரம்!

- THILAGAVATHI G